AF664547

മലയാളമഴ

malayalamazha
kavithakal
•
sathyachandran poyilkkavu
•
first chintha edition
june 2016
•
published
chintha publishers, thiruvananthapuram
•
typesetting
akshara dtp centre, thiruvananthapuram
•
printed
akshara offset, thiruvananthapuram
•
cover
midas
•
illustration
rajesh chirappadu

വിതരണം
ദേശാഭിമാനി ബുക്ക് ഹൗസ്
H O തിരുവനന്തപുരം–695 035
phone: 0471-2303026, 6063026
www.chinthapublishers.com
chinthapublishers@gmail.com

ബ്രാഞ്ചുകൾ
ഹെഡ്ഡാഫീസ് ബ്രാഞ്ച് കുന്നുകുഴി • സ്റ്റാച്യു തിരുവനന്തപുരം • കെ എസ് ആർ ടി സി ബസ് സ്റ്റേഷൻ ആലപ്പുഴ • കെ എസ് ആർ ടി സി ബസ് സ്റ്റേഷൻ എറണാകുളം • മച്ചിങ്ങൽ ലെയിൻ തൃശൂർ • ഐ ജി റോഡ് കോഴിക്കോട് • മാവൂർ റോഡ് കോഴിക്കോട് • എൻ ജി ഒ യൂണിയൻ ബിൽഡിങ് കണ്ണൂർ • സെൻട്രൽ ബസ് ടെർമിനൽ കോംപ്ലക്സ് താവക്കര കണ്ണൂർ

CO - 2364 / 3901
ISBN - 978-93-8 112-286

മലയാളമഴ

(ബാലസാഹിത്യം)

സത്യചന്ദ്രൻ പൊയിൽക്കാവ്

ചിന്ത പബ്ലിഷേഴ്സ്
തിരുവനന്തപുരം-695 035

സത്യചന്ദ്രൻ പൊയിൽക്കാവ്

1966 ൽ കോഴിക്കോട് ജില്ലയിലെ പൊയിൽക്കാവിൽ ജനിച്ചു. പിതാവ്: വാളിയിൽ ഉണ്ണര. മാതാവ്. വാളിപ്പറമ്പിൽ മാധവി. പൊയിൽക്കാവ് യു പി, ഹൈസ്കൂൾ, എക്സലന്റ് കോളേജ് എന്നിവിടങ്ങളിൽ വിദ്യാഭ്യാസം. 2007 ൽ തുഞ്ചൻ പറമ്പിൽ നടന്ന ദക്ഷിണേന്ത്യൻ കാവ്യോത്സവത്തിൽ മലയാളത്തെ പ്രതിനിധീകരിച്ച് കവിത അവതരിപ്പിച്ചു. പുസ്തകരൂപത്തിലിറങ്ങിയ ആദ്യകൃതി *പാപനാശിനി.* ഈ കൃതിക്ക് എഴുത്തുപുര പുരസ്കാരവും *കുന്നോത്ത്മുക്ക് സീറോ കി മീറ്റർ* എന്ന തിരക്കഥയ്ക്ക് *മതേതരം* മാസികയുടെ പുരസ്കാരവും ലഭിച്ചു.

പാപനാശിനി, വേനൽ, കനൽ, പെയ ിന്റെ ചിരിപ്പിച്ച ശ്രീനിവാസൻ, പൊയിൽക്കാവിന്റെ കവിതകൾ, ദൈവമേ നിനക്കു ഞാൻ വച്ചിട്ടുണ്ട് തുടങ്ങിയ ഒമ്പത് കവിതാസമാഹാരങ്ങളും അഞ്ച് ബാലസാഹിത്യകൃതികളും ഒരു തിരക്കഥയും പ്രസിദ്ധീകരിച്ചു. *ഉച്ചവെയിലിന്റെ കാമുകൻ* എന്ന പേരിൽ ഒരു ആത്മകഥയും രചിച്ചിട്ടുണ്ട്.

ഭാര്യ : കനകശ്രീ
വിലാസം : വാളിയിൽ വീട്
എടക്കുളം പി ഒ
കോഴിക്കോട്

ഉള്ളടക്കം

പ്രസാധകക്കുറിപ്പ്

നേരം പുലരും നേരത്താര്
കൂവിയുണർത്തണ് ചങ്ങാതീ
കൂട്ടിലുറങ്ങാൻ കഴിയാതാര്
കൂവി വിളിക്കണ് ചങ്ങാതീ
ഇത്തിരിയുള്ളൊരു ജീവിതമിങ്ങനെ
കണ്ണുമടച്ചു കിടക്കാതെ
ചാടിയുണർന്ന് ചിറകു കുടഞ്ഞൊരു
മാതൃക കാട്ടുകയായീടാം

സത്യചന്ദ്രൻ പൊയിൽക്കാവ് പുതുകവിതാ പ്രസ്ഥാനവുമായി ഇണങ്ങിനില്ക്കുന്ന കവിയാണ്. ചെറിയ വാക്കുകളിൽ വലിയ പ്രപഞ്ചം ഒളിപ്പിക്കാൻ കഴിയുന്ന കവി. കുട്ടികൾക്കായി സത്യചന്ദ്രൻ രചിച്ച 29 ബാലകവിതകളാണ് ഈ സമാഹാരത്തിൽ. കുട്ടികൾക്ക് ഉറക്കെ ചൊല്ലാനും മനസ്സിൽ കൊറിക്കാനും ഉതകുന്ന കവിതകൾ. കവിതകൾ വെറുതെ വായിച്ചു പോകാനുള്ളവയല്ല. ഉള്ളിൽ തറയ്ക്കാൻ കൂടിയുള്ളതാണെന്ന് ഓർമ്മിപ്പിക്കുന്ന കൃതി.

ചിന്ത പബ്ലിഷേഴ്സ്

1

കളിവണ്ടി

ഞാനൊരു വണ്ടീ കളിവണ്ടി
മുറ്റത്താണെൻ നെട്ടോട്ടം
മുക്കില് മുക്കില് നിക്കുമ്പം
മുതുകിൽ കിട്ടും ഒരു തട്ട്.

2

കോരപ്പുഴയിലെ മീൻ

കോഴിക്കോട്ടുന്നൊരു കോഴി
കൊയിലാണ്ടിക്കു പറക്കുമ്പോൾ
കോരപ്പുഴയിലെ മീനെല്ലാം
തീരത്തെത്തി അതുകാണാൻ.

3

സ്ഥലനാമ കവിത

പുല്ലേപ്പടിയൊരു പടിയാണോ
കുന്നംകുളമൊരു കുളമാണോ
കരമന എന്നൊരു മനയുണ്ടോ
തിരുവങ്ങൂരൊരു ഊരാണോ?

4

പത്തിരിവട്ട്

മാനത്തുള്ളൊരു മുത്തമ്മ
പത്തിരി ചുട്ടതു കണ്ടില്ലേ
കിട്ടണതെങ്ങനെ കുട്ടപ്പാ—
കിട്ടാതായാൽ വട്ടപ്പാ.

5

പൂമ്പാറ്റയോട്

കുഞ്ഞിച്ചിറകുള്ള പൂമ്പാറ്റേ
നീ ചിന്തിച്ചിരിക്കുന്നതെന്താണ്?
പുത്തനുടുപ്പുകൾ കിട്ടീട്ടും
സ്കൂളിൽ പോകാത്തതെന്താണ്?

6

പച്ചക്കാലം

നാട്ടുവയലിലെ പച്ചേ നിന്റെ
കൂട്ടുകാരെത്തിയുണർന്നേ
കൂവിവിളിക്കാം കുമ്മിയടിക്കാം
കുണ്ടും കുഴിയുമിറങ്ങാം
തുമ്പയും തെച്ചിയും മുക്കുറ്റിപ്പൂക്കളും
ഒക്കെയും തേടി നടക്കാം.

ചക്കച്ചുള തിന്നാം
തഞ്ചത്തിലൂഞ്ഞാലിൽ
താളത്തിലാടിയിറങ്ങാം
അഞ്ചാമൻ കുഞ്ചന്റെ പാട്ടുകൾ പാടീടാം
അന്നേരം കുഞ്ചിയെ കാണാം.

7

പൂച്ചക്കഥ

അങ്ങട്ടേലെ പൂച്ച
ഇങ്ങട്ടേല് വന്നു
അയലേം ചോറും തിന്നു
അനങ്ങാതങ്ങനെ നിന്നു.

8

ഉണ്ണിയുടെ പൂങ്കോഴി

ഉണ്ണിക്കുണ്ടൊരു പൂങ്കോഴി
കാലത്തുണരും പൂങ്കോഴി
ഉണ്ണിയുറങ്ങും നേരത്ത്
കൂവിയുണർത്തും പൂങ്കോഴി

അങ്ങനെയൊരുനാൾ കാലത്ത്
ഉണ്ണിക്കരിശം വന്നപ്പോൾ
ഉണ്ണി വിളിച്ചു പറഞ്ഞല്ലോ
ശല്യം ചെയ്താൽ കൊല്ലും ഞാൻ.

9

അഗ്നിച്ചിറകുകൾ

സ്വപ്നം കാണുക സ്വപ്നം കാണുക
നിത്യം നമ്മൾ കൂട്ടുകാരെ
നിശ്ചയം നമ്മൾ വിജയിക്കുമിക്ഷിതി
നിത്യം തുണയ്ക്കും നമ്മെ.

ആരാകണം നാമെന്നൊരു ചിന്ത
അകതാരിലാദ്യമേ വേണം
അഗ്നിപരീക്ഷകൾ അതിജീവിക്കുക
അലസത കാട്ടാതിരിക്കുക നാം.

ഓരോ ദിനത്തിലും ചെയ്യേണ്ടതെന്തെന്ന
ഓർമ്മയുണ്ടാവണമെന്നും
ഓരോ പരാജയഘട്ടവും താണ്ടുവാൻ
ഒരു ലക്ഷ്യമാദ്യമേ വേണം.

(ബഹു. മുൻ രാഷ്ട്രപതി ശ്രീ. എ പി ജെ അബ്ദുൾ കലാമിന്റെ ആത്മകഥയെ അവലംബിച്ച് എഴുതിയത്.)

10

കൂട്ടും വെട്ടവും

കുന്നെല്ലാം ചോക്കുന്നു നീ വന്നാൽ
കുന്നിക്കുരുവിനും നിൻചോപ്പ്
കൂട്ടില്ലാതെത്തുന്നുവെങ്കിലും നീയെത്ര
കൂട്ടർക്കു വെട്ടം പകരുന്നു.

11

മലയാള മഴ

പാടത്തൂടെ വരുന്നുണ്ടൊരു മഴ
പാതയിലങ്ങനെ പെയ്യുന്നൊരു മഴ
പന്തുകൾകൊണ്ടു കളിക്കുന്നവരുടെ
ഉന്തും തള്ളും കൊള്ളുന്നൊരു മഴ.

മത്തുപിടിച്ചൊരു കുയിൽ പാടുമ്പോൾ
മാവിൽ കുളിരല തീർക്കുന്നീ മഴ
മരതക കാന്തിയിലലിയുന്നീമുകിൽ
മലയാളത്തിലൊഴുക്കിയ പൂമഴ.

12

തീവണ്ടിപ്പാട്ട്

എന്നും പുഴയുടെ അരികത്തെത്തും
നേരത്തൊന്നു നിന്നീടാൻ
തെങ്ങുകൾ പീലിക്കാവടിയാടും
തീരത്തൂടെ നടന്നീടാൻ
തീവണ്ടിക്കൊരു കൊതിയുണ്ടുള്ളിൽ
തീരാവ്യഥയിൽ പായുമ്പോൾ.

മന്ദം മന്ദം ഒഴുകിപ്പോകും
തോണിയിലേറിയലഞ്ഞീടാൻ
മഞ്ജുളകാന്തിയുരുക്കി മിനുക്കിയ
മഞ്ഞപ്പൂവെയിൽ കണ്ടീടാൻ.

ഒറ്റക്കണ്ണൻ മീനിനെ നോക്കി
കൊറ്റിയിരിക്കും ശില തന്നിൽ
ഒറ്റയ്ക്കങ്ങനെ നില്ക്കാൻ പുഴയുടെ
പുന്നാരങ്ങൾ കേട്ടീടാൻ.

തീവണ്ടിക്കൊരു കൊതിയുണ്ടുള്ളിൽ
തീരാവ്യഥയിൽ പായുമ്പോൾ
ആരോ കാട്ടിയ പച്ചക്കൊടിയിൽ
കൂവിക്കൂവി പായുമ്പോൾ.

13

കൂവൽക്കാരൻ

നേരം പുലരും നേരത്താര്
കൂവിയുണർത്തണ ചങ്ങാതീ
കൂട്ടിലുറങ്ങാൻ കഴിയാതാര്
കൂവി വിളിക്കണ് ചങ്ങാതീ.

ഇത്തിരിയുള്ളൊരു ജീവിതമിങ്ങനെ
കണ്ണുമടച്ചു കിടക്കാതെ
ചാടിയുണർന്ന് ചിറകു കുടഞ്ഞൊരു
മാതൃക കാട്ടുകയായീടാം.

14

വെയിലും കുട്ടിയും

വെയിലേ വെയിലേ
നീയെങ്ങ് പോണു
വെറുതെ വെറുതെ
നടക്കാൻ പോണു
വെള്ളരിപ്പാടത്ത്
നിക്കാൻ പോണു
വെള്ളോട്ടു മലയിൽ
കളിക്കാൻ പോണു
കളിച്ചിട്ട് മടങ്ങുമ്പം
കുളിക്കാൻ പോണു
കുളിച്ചിട്ട് കാട്ടില്
ഉറങ്ങാൻ പോണു.

15

ചിത്തിരപ്പാട്ടുകൾ

ചിങ്ങക്കുളിർമഴ പെയ്യുന്നു പെയ്യുന്നു
ചില്ലകൾ താളം പിടിക്കുന്നു പിന്നെയും
ചിത്തത്തിലോണത്തിൻ പൂക്കൾ മണക്കുന്നു
അത്തം ചിത്തിരപ്പാട്ടുകൾ കേൾക്കുന്നു.

16

കുഞ്ഞമ്മിണിയുടെ പുലരികൾ

കുഞ്ഞിപ്പൂക്കൾ ചിരിക്കുന്നു
കുന്നിൽ സൂര്യനുദിക്കുന്നു
കുഞ്ഞിക്കൈവിരൽ വീശുന്നു
കുഞ്ഞമ്മിണിയുടെ തൈമുല്ല
ആഹാ പുലരികളെന്തുരസം!

17

അപ്പുവിന്റെ കുഞ്ഞൂട്ടൻ

അപ്പുവിനുണ്ടൊരു കുഞ്ഞൂട്ടൻ
ഇത്തിരിയുള്ളൊരു കുഞ്ഞൂട്ടൻ
പത്തിരി തിന്നും കുഞ്ഞൂട്ടൻ
പാട്ടുകൾ പാടും കുഞ്ഞൂട്ടൻ.

18

പ്രാർത്ഥന

നന്മയുണ്ടാവണേ കൂട്ടുകാരെ
നമ്മളിലെന്നും പാട്ടുകാരെ
നന്മയ്ക്കു നമ്മൾ തുണയാവണം
നാടെങ്ങും നമ്മൾ വിളക്കാവണം.

പാടില്ല പാടില്ല തെറ്റു ചെയ്യാൻ
പാവങ്ങളോട് കരുണ വേണം
പാഠം പഠിക്കുവാൻ ശ്രദ്ധ വേണം
പാഠം കഴിഞ്ഞു കളിയും വേണം

കള്ളക്കളികൾ പഠിക്കരുത്
കള്ളമോ നമ്മൾ പറയരുത്.

19

മഞ്ചാടിക്കാട്

കടപ്പുറം പോകുമ്പം
പിടിക്കണം ഞണ്ടിനെ
കറുമുറെ തിന്നണ
കുറുക്കനെ കാണണം.

കരിമ്പിന്റെ കാട്ടില്
കയറുമ്പം കാലില്
കലപില കലപില
കിലുങ്ങണം മഞ്ചാടി.

20

കാഴ്ച

ആച്ചനും പാച്ചനും
അങ്ങാടീൽ പോകുമ്പം
കണ്ണാടി വാങ്ങാൻ കയറിയല്ലോ.

ആച്ചനവനുടെ
കണ്ണാടി തന്നിലെ
നാടൊക്കെ കണ്ടു നടന്നുവല്ലോ.

പാച്ചനൊരു മുഖം
മാത്രമേ കണ്ടുള്ളു
തൻമുഖം തന്നെയിരുട്ടുവോളം.

21

നേരം

നേരം
അന്നേരം
വൈകുന്നേരം
വൈ?
വീടു വിട്ടു വരുന്നവനാര്?
ആദിത്യൻ.

22

മഴയും ഇടിയും ഞാനും

കറുകറുത്തു മഴ വന്നു
പിറുപിറുത്തു ഞാനോടി
പടപടാന്ന് ഇടി വന്നു
കിടുകിടാന്ന് വിറയായി.

23

ഉണ്ണിക്കുട്ടനും കുഞ്ഞിപ്പൂവും

പള്ളിക്കൂടം കാണാനായ്
കുഞ്ഞിപ്പൂവിനു കൊതിയായി
ഉണ്ണിക്കുട്ടൻ കൂട്ടീല
അമ്മുക്കുട്ടി മറന്നുംപോയ്

പള്ളിക്കൂടം വിട്ടപ്പോൾ
ഉണ്ണിക്കുട്ടൻ വന്നപ്പോൾ
കുഞ്ഞിപ്പൂവോ വാടിപ്പോയ്
ഉണ്ണിക്കുട്ടൻ തേങ്ങിപ്പോയ്.

24

പപ്പടവും ചട്ടുകവും

ചട്ടുകം പറഞ്ഞു
ശ്ശ് ശ്ശ്
പപ്പടം പറഞ്ഞു
ശാ ശാ
പപ്പനും കിട്ടനും
സദ്യയിൽ നിന്നതാ
ഹായ് ഹായ്
ഹോയ് ഹോയ്.

25

കൊച്ചിയിലേക്ക് പുഷ്കരനും അച്ചൻകുഞ്ഞും

അച്ചൻകുഞ്ഞ് കൊച്ചീലേക്ക്
അഞ്ചരയ്ക്കുള്ളൊരു ബസില് കയറുമ്പം
അക്കരക്കടവത്തെ
അടവെല്ലാം പഠിച്ചൊരു
പുഷ്കരൻ ചേട്ടനെ കണ്ടല്ലോ മുന്നിൽ.

പുളിക്കുന്ന പുളിയൊരു
ചാക്കുമായ് പോകുവാൻ
പുലർച്ചയ്ക്കു പോന്നൊരു
കഥചൊല്ലി പുഷ്കരൻ.

അക്കൊല്ലം പൂക്കാത്ത
പുളിയുടെ കൊമ്പത്ത്
അണ്ണാൻകുഞ്ഞിന്റെ പാട്ടൊന്ന് കേട്ടതും
പുഷ്കരൻ ചേട്ടൻ ചൊല്ലുന്ന നേരത്ത്
അഞ്ചരയ്ക്കുള്ളൊരു ബസിന്റെ മുകളില്
അസ്സല് ഉറക്കമായ് അച്ചൻകുഞ്ഞപ്പഴ്.

26

കുറുക്കന്റെ കല്യാണം

തഞ്ചത്തിൽ നമ്മക്ക്
താളത്തിൽ നമ്മക്ക്
മേളത്തിനങ്ങനെ പോയാലോ
നീളത്തിൽ പായുന്ന വെളിച്ചത്തിലങ്ങനെ
ഓളത്തിൽ നീന്തുന്ന
മീനിനെക്കാണാം
മാളത്തിലിരിക്കുന്ന കുറുക്കനെ കണ്ടിട്ട്
ആളൊക്കെ പോയിട്ട്
ലോഹ്യം പറയാം
അതിലൊരു കുറുക്കന്റെ കല്യാണത്തിന്
വെയിലത്തും മഴയത്തും
മെനക്കെട്ടു നടക്കാം.

27

കലിയനോട്

കലിയാ കലിയാ വാ വാ
ചക്കേം മാങ്ങേം താ താ
ചാക്കില് മുക്കില് വാ വാ
ചന്തയിൽ പോകാൻ വാ വാ.

28

കാക്കച്ചിയോട്

കാക്കേ കാക്കേ കൂടെവിടെ
കൂട്ടിൽ നിനക്കും ടി വിണ്ടോ
കുട്ടികൾ ക്രിക്കറ്റ് കളിയുണ്ടോ
സീരിയൽ കാണല് പതിവുണ്ടോ?

29

ഊരിൽ

നോക്കി നടക്കണേ
മെല്ലെ നടക്കണേ
കല്ലു പെറുക്കണേ
ഉന്നം കുറിക്കണേ.

ഉന്തുമ്മൽ കേറണേ
ഉറങ്ങാതിരിക്കണേ
ഊരാകെ കാണണേ
ഉണരുമ്പോൾ പോരണേ.